ਕੱਲ ਫਿਰ ਸਵੇਰਾ ਆਵੇਗਾ
(ਕਾਵਿ-ਸੰਗ੍ਰਹਿ)

ਕੱਲ ਫਿਰ ਸਵੇਰਾ ਆਵੇਗਾ

(ਕਾਵਿ-ਸੰਗ੍ਰਹਿ)

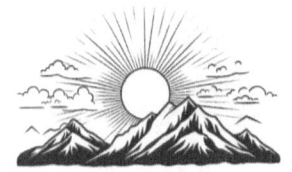

ਵੀਰਪਾਲ ਕੌਰ

Virasat-e-Panjab

ਵਿਰਾਸਤ-ਏ-ਪੰਜਾਬ

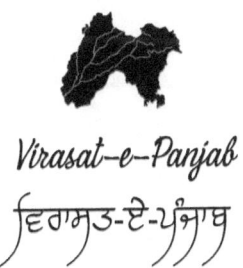

Kal Phir Savera Avega
(Collection of Poems)
by
Veerpaul Kaur

Book Cover & Illustrations by Gurjeet Singh

ISBN 978-1-7383274-0-9

© Author
2024

Published by

Virasat-e-Panjab
ਵਿਰਾਸਤ-ਏ-ਪੰਜਾਬ

email: info@virasat-e-panjab.com
website: https://virasat-e-panjab.com
https://youtube.com/@virasat-e-panjab

All rights reserved
This book is sold subject to the condition that it shall not, by way of trade or otherwise, be lent, resold, hired out, or otherwise circulated without the publisher's prior written consent in any form of binding or cover other than that in which it is published and without a similar condition including this condition being imposed on the subsequent purchaser and without limiting the rights under copyright reserved above, no part of this publication may be reproduced, stored in or introduced into a retrieval system, or transmitted in any form or by any means (electronic, mechanical, photocopying, recording, or otherwise), without the prior written permission of both the copyright owner and the above-mentioned publisher of this book.

ਸਮਰਪਣ

ਮੇਰੇ ਖਾਬਾਂ ਨੂੰ ਖੰਬ ਲਾਵਣ ਵਾਲੇ ਮੇਰੇ ਮਾਹੀ ਨੂੰ !

ਜਜ਼ਬੇ ਅੰਗਾਰ ਬਣ ਜਦ ਮੱਗਦੇ ਨੇ
ਫਿਰ ਸਫ਼ਰ ਹੀ ਮੰਜਿਲਾਂ ਬਣਦੇ ਨੇ

ਮੁੱਖਬੰਦ

ਇਹ ਉਹ ਸੁਭਾਗਾ ਦਿਨ ਹੈ, ਜੋ ਬਹੁਤ ਉਡੀਕ ਤੋਂ ਬਾਅਦ ਮੇਰੀ ਜ਼ਿੰਦਗੀ ਵਿੱਚ ਆਇਆ ਹੈ, ਜਦ ਮੇਰੇ ਪੱਕੇ ਦੋਸਤ ਸ਼ਬਦ, ਮੇਰੇ ਦਿਲ ਦੀ ਗਿਹਰਾਈ ਤੋਂ ਨਿਕਲ, ਅੱਖਰਾਂ ਦਾ ਜਾਮਾ ਪਾ ਇੱਕ ਕਿਤਾਬ ਦੇ ਰੂਪ ਵਿੱਚ ਤੁਹਾਡੇ ਸਾਹਮਣੇ ਆ ਰਹੇ ਹਨ, ਜਿਸ ਦਾ ਨਾਮ ਹੈ '**ਕੱਲ ਫਿਰ ਸਵੇਰਾ ਆਵੇਗਾ**'।

ਇਹ ਮੇਰੀ ਪਹਿਲੀ ਨਿਮਾਣੀ ਜਿਹੀ ਕੋਸ਼ਿਸ਼ ਹੈ, ਜਿਸ ਰਾਹੀ ਮੈਂ ਆਪਣੇ ਮਨ ਦੇ ਵਲਵਲਿਆਂ ਨੂੰ ਕੁੱਝ ਸਤਰਾਂ ਵਿੱਚ ਪ੍ਰੋ, ਕਵਿਤਾਵਾਂ ਦਾ ਰੂਪ ਦੇਣ ਦਾ ਯਤਨ ਕੀਤਾ ਹੈ। ਇਸ ਕਿਤਾਬ ਅੰਦਰ ਪਾਠਕਾਂ ਨੂੰ ਮਿਹਨਤ, ਹੌਸਲਾ, ਪੰਜਾਬ ਪਿਆਰ, ਮਾਂ-ਬਾਪ ਨਾਲ ਪਿਆਰ, ਅਤੇ ਕੁੱਝ ਹੋਰ ਵਿਸ਼ੇ ਪੜਨ ਨੂੰ ਮਿਲਣਗੇ।

ਮੈਂ ਖਾਸ ਧੰਨਵਾਦੀ ਹਾਂ ਮੇਰੇ ਮਾਂ-ਬਾਪ, ਭੈਣ-ਭਰਾ, ਸਹੁਰਾ ਪਰਿਵਾਰ ਅਤੇ ਕਈ ਦੋਸਤਾਂ ਦਾ, ਜਿਹਨਾਂ ਦੇ ਪਿਆਰ ਤੇ ਦਿੱਤੇ ਹੌਸਲੇ ਸਦਕਾ, ਮੈਂ ਇਹ ਕਿਤਾਬ ਤੁਹਾਡੇ ਹੱਥਾਂ ਤੱਕ ਲਿਆਉਣ ਦੇ ਯੋਗ ਹੋਈ ਹਾਂ।

ਪਿਆਰ, ਸਹਿਯੋਗ, ਹੋਰ ਨਵਾਂ ਲਿਖਣ ਦੀ ਪ੍ਰੇਰਨਾ, ਗ਼ਲਤੀਆਂ ਸੁਧਾਰਣ ਲਈ ਤੁਹਾਡੀਆਂ ਸਲਾਹਾਂ ਦੀ ਆਸ ਵਿੱਚ ...

ਮਿਤੀ: 20 ਫਰਵਰੀ 2024 **— ਵੀਰਪਾਲ ਕੌਰ**

ਤਤਕਰਾ

ਭਾਗ-1: ਜਜ਼ਬੇ **1**
ਕਿਸਮਤੇ 2
ਉੱਠ ਮਾਰ ਹੰਬਲਾ 3
ਮਿਹਨਤ ਅਤੇ ਕਿਸਮਤ 4
ਨਾ ਸੋਚ ਰੱਖਿਓ 6
ਕੱਲ ਫਿਰ ਸਵੇਰਾ ਆਵੇਗਾ 7
ਸਾਰੇ ਕਹਿੰਦੇ 8
ਜਿੱਤ ਤੇ ਕਦੇ ਹਾਰ 9
ਸਲਾਹਕਾਰ 10

ਭਾਗ-2: ਪੰਜਾਬ **11**
ਪੰਜਾਬ ਵਾਜਾਂ ਮਾਰਦਾ 12
ਸਾਂਭ ਲਉ ਵਿਰਸਾ 13
ਇੱਥੇ ਕੁੱਝ ਨੀ ਰੱਖਿਆ 14
ਵੰਡ 16
ਪੱਕੇ ਰਿਸ਼ਤੇ 17
ਤਿੰਨ ਮੰਜਲੀ ਕੋਠੀ 18
ਦੋ ਮੁਲਕ 19
ਕਾਸ਼ 20

ਭਾਗ-3: ਸੱਚ ਦੀ ਖੋਜ਼ **21**
ਮੇਰੀ ਜੰਗ 22
ਅੰਦਰ ਵੱਸਦਾ 23
ਪਥਰੀਲੀ ਕੰਧ 24
ਅਣਪਛਾਤਾ 25
ਬੇਵਫਾਈ 26
ਸੱਚ ਦੇ ਰਾਹ ਤੇ 27
ਚੁੱਪ 28

ਭਾਗ-4: ਮਾਪੇ 29

ਪੱਕੀ ਮਹੁੱਬਤ 30
ਫ਼ਰਜ 31
ਸੰਦੂਕ 32
ਸਬਰ 33
ਕਰਜ਼ਾ 34
ਕੀ ਆਖਾਂ 35
ਲਾਡਲੀ 36
ਧੰਨਵਾਦ 37

ਭਾਗ-5: ਪਿਆਰ 39

ਦਿਲਾਂ ਦਿਆ ਮਹਿਰਮਾਂ 40
ਸ਼ਿਕਵੇ 41
ਬਾਤਾਂ 42
ਤੋਹਫ਼ੇ 43
ਬਸ ਪਿਆਰ ਹੀ 44
ਸ਼ੱਕ 45
ਸਿਜਦਾ 46
ਪਿਆਰ ਦਾ ਬੂਟਾ 47
ਖਾਸ ਗੱਲ 48
ਰਿਸ਼ਤਾ ਰੂਹ ਦਾ 49
ਰਮਜ੍ਹਾ 50
ਬੁਲ੍ਹਾ ਤੇ ਹਾਸਾ 51
ਇਤਫ਼ਾਕ 52
ਪਿਆਰ ਹਕੀਕੀ 53
ਰਸਮਾਂ 54
ਮੈਂ-ਤੂੰ ਤੇ ਤੂੰ-ਮੈਂ 55
ਖੁੱਲ ਕੇ ਦੱਸਦੇ 56
ਪਿਆਰ ਦੀ ਕਦਰ 57
ਹੌਕੇ-ਹੰਝੂ 58
ਕਿਵੇਂ ਲੜ ਲੈਂਦੇ 59

ਭਾਗ-6: ਕੁੱਝ ਹੋਰ ਵਿਸ਼ੇ 61

ਆਪਣਿਆਂ ਤੋਂ ਹਾਰ	62
ਲੀਰਾਂ ਦੀ ਗੁੱਡੀ	63
ਸਾਂਝਾ ਲੰਗਰ	64
ਇਕ ਪੱਥਰ	66
ਲੇਖ	68
ਤਸਵੀਰਾਂ ਬੋਲਦੀਆਂ ਨੇ	69
ਠੰਡਾ ਬੁਰਜ	70

ਭਾਗ-1: ਜਜ਼ਬੇ

ਕਿਸਮਤੇ

ਮੈਂ ਅੱਗੇ ਵੱਧਦਾ ਰਹਾਂਗਾ
ਰੋਕਣ ਤੂੰ ਆਉਂਦੀ ਰਹੀ, ਕਿਸਮਤੇ !

ਤੇਰਾ ਰੋਕਣਾ
ਹੋਰ ਪੱਕਾ ਕਰੇਗਾ
ਮੈਨੂੰ ਮੇਰੀ ਜਿੱਤ ਲਈ
ਤੂੰ ਆਪਣਾ ਫ਼ਰਜ਼ ਨਿਬਾਉਂਦੀ ਰਹੀ, ਕਿਸਮਤੇ !

ਤੂੰ ਚੰਗੀ ਬਣ ਕੇ ਆਈ ਤਾਂ
ਮੈਂ ਆਪਣੇ ਆਪ ਤੋਂ ਹਾਰਾਂਗਾ
ਮਾੜੀ ਬਣ ਕੇ ਤੂੰ
ਮੈਨੂੰ ਰੋਜ਼ ਜਿਤਾਉਂਦੀ ਰਹੀ, ਕਿਸਮਤੇ !

ਉੱਠ ਮਾਰ ਹੰਬਲਾ

ਉੱਠ ਮਾਰ ਹੰਬਲਾ ਮੁੜ ਸ਼ੁਰੂਆਤ ਕਰਲੇ
ਕਿਉਂ ਬਹਿ ਗਿਆ ਏ ਢੇਰੀ-ਢਾਹ ਸੱਜਣਾ।

ਇੱਕ ਹਾਰ ਨੀ ਮੰਜਿਲਾਂ ਤਹਿ ਕਰਦੀ
ਜਿੰਦਗੀ ਦਿੰਦੀ ਹੈ ਮੌਕੇ ਵਾਰ-ਵਾਰ ਸੱਜਣਾ।

ਅੱਜ ਹਾਰਿਆਂ ਤਾਂ ਕੱਲ ਜਿੱਤੇਗਾ ਵੀ
ਬਸ ਤੁਰਦਾ ਰਹੀ ਤੂੰ ਲਗਾਤਾਰ ਸੱਜਣਾ।

ਇੱਕ ਓਟ ਉਸ ਸੱਚੇ ਪਾਤਸ਼ਾਹ ਦੀ
ਦੂਜਾ ਮਿਹਨਤ ਲਾਉਣਾ ਤੈਨੂੰ ਪਾਰ ਸੱਜਣਾ।

ਮਿਹਨਤ ਅਤੇ ਕਿਸਮਤ

ਜਿਹਨਾਂ ਸਫ਼ਰਾਂ ਤੇ ਤੂੰ ਤੁਰਿਆਂ ਏਂ
ਉਹ ਮੰਜਿਲ ਬਹੁਤੀ ਦੂਰ ਨਹੀਂ
ਪਰ ਰਸਤਾ ਵਿੰਗਾਂ-ਟੇਡਾ ਏਂ
ਜਿੱਥੇ ਦਿੱਸਦਾ ਕੋਈ ਹੋਰ ਨਹੀਂ।

ਤੈਨੂੰ ਰੋਕਣ ਵਾਲੇ ਆਵਣਗੇ
ਸਮਝਾਵਣ ਵਾਲੇ ਆਵਣਗੇ
ਦੇ ਵਾਸਤੇ ਪਿਆਰ ਵਾਲੇ
ਤੈਨੂੰ ਪਿੱਛੇ ਖਿੱਚਣਾ ਚਾਹਣਗੇ।

ਤੂੰ ਪਿਆਰ ਆਪੇ ਨੂੰ ਕਰਦਾ ਰਹੀ
ਹਰ ਕਦਮ ਅਗਾਂਹ ਹੀ ਧਰਦਾ ਰਹੀ
ਤੇ ਤਕਦੀਰ ਬਣਾਵਣ ਵਾਲੇ ਨੂੰ
ਆਪਣੀ ਜਿੱਤ ਲਈ ਰਾਜ਼ੀ ਕਰਦਾ ਰਹੀ।

ਫਿਰ ਉਹ ਦਿਨ ਜਿਆਦਾ ਦੂਰ ਨਹੀਂ
ਜਦ ਕਿਸਮਤ ਬੂਹਾ ਆਣ ਖੜਕਾਵੇਗੀ
ਤੇਰੀ ਮਿਹਨਤ ਨੂੰ ਸੱਜਦਾ ਕਰਨ ਲਈ
ਤੇਰੇ ਮੂਹਰੇ ਸੀਸ ਝੁਕਾਵੇਗੀ।

ਕਿਸਮਤ ਨਾਲੋਂ ਮਿਹਨਤ ਜਦ ਜਿੱਤੇਗੀ
ਹਰ ਗ਼ਮ ਨੂੰ ਪਿੱਛੇ ਸੁੱਟੇਗੀ
ਤਕਦੀਰਾਂ ਤੇ ਰੋਵਣ ਵਾਲਿਆਂ ਕੋਲ
ਜਾ ਨਾਮ ਤੇਰਾ ਫਿਰ ਰੱਟੇਗੀ।

ਨਾ 'ਵੀਰ' ਝੂਰੀ ਤੂੰ ਕਰਮਾਂ ਨੂੰ
ਇਹ ਆਪ ਬਣਾਉਣੇ ਪੈਂਦੇ ਨੇ
ਤੇ ਲੈ ਆਸਰਾ ਸਤਿਗੁਰ ਦਾ
ਬਸ ਹੀਲੇ ਕਰਨੇ ਪੈਂਦੇ ਨੇ।

ਨਾ ਸੋਚ ਰੱਖਿਓ

ਫੂਕਾਂ ਮਾਰ ਕੇ ਬੁਝਾਦਾਗੇ ਨਾ ਸੋਚ ਰੱਖਿਓ
ਅਸੀਂ ਵੱਗਦੇ ਤੂਫਾਨਾਂ ਵਿੱਚ ਲਾਟ ਬਣੇ ਹਾਂ।

ਅਸੀਂ ਉਹ ਰੁੱਖ ਜਿਹੜੇ ਮਾਰੂਥਲਾਂ ਵਿੱਚ ਉੱਗਦੇ
ਅਸੀਂ ਉਹ ਫੁੱਲ ਜਿਹੜੇ ਬਿਨਾਂ ਧੁੱਪੋ ਰਹਿੰਦੇ ਖਿੜਦੇ।

ਨਾ ਲੋੜ ਬਹਾਰਾਂ ਦੀ ਨਾ ਹੀ ਠੰਡੀਆਂ ਹੀ ਛਾਵਾਂ ਦੀ
ਖੁਸ਼ ਰਹਿਣਾ, ਸ਼ਾਂਤ ਰਹਿਣਾ ਹਰ ਮੌਸਮ 'ਚ ਸਿੱਖੇ ਹਾਂ।

ਫੂਕਾਂ ਮਾਰ ਕੇ ਬੁਝਾਦਾਗੇ ਨਾ ਸੋਚ ਰੱਖਿਓ
ਅਸੀਂ ਵੱਗਦੇ ਤੂਫਾਨਾਂ ਵਿੱਚ ਲਾਟ ਬਣੇ ਹਾਂ।

ਕੱਲ ਫਿਰ ਸਵੇਰਾ ਆਵੇਗਾ

ਡੁੱਬਦੇ ਸੂਰਜ ਦੀ ਲਾਲੀ ਦੱਸਦੀ ਏ
ਕੱਲ ਫਿਰ ਸਵੇਰਾ ਆਵੇਗਾ
ਤੂੰ ਮਿਹਨਤ ਕਰਨੀ ਰੱਖ ਜਾਰੀ
ਰੱਬ ਸਬਰਾਂ ਨੂੰ ਫਲ ਤਾਂ ਲਾਵੇਗਾ।

ਨਾ ਡਰ ਜਾਵੀਂ ਏਸ ਜਮਾਨੇ ਤੋਂ
ਵਾਂਗ ਬੱਦਲਾਂ ਤੇਰੇ ਤੇ ਵਰਸਣਗੇ
ਤੇਰੀ ਮੰਜ਼ਿਲ ਵਾਲਿਆਂ ਰਾਹਾਂ ਵਿੱਚ
ਬਣ ਰੋੜ੍ਹੇ ਵੀ ਅਟਕਣਗੇ।

ਅੱਕੀ ਨਾ ਤੂੰ ਥੱਕੀ ਨਾ
ਪਿੱਛੇ ਮੁੜ ਕੇ ਵੀ ਤੱਕੀ ਨਾ
ਹਰ ਸ਼ਾਮ ਦੀ ਲਾਲੀ ਤੱਕਦਾ ਰਹੀ
ਤੇ ਇੱਕ ਗੱਲ ਚੇਤੇ ਰੱਖਦਾ ਰਹੀ
ਕੱਲ ਫਿਰ ਸਵੇਰਾ ਆਵੇਗਾ....

ਸਾਰੇ ਕਹਿੰਦੇ

ਸਾਰੇ ਕਹਿੰਦੇ ਮੈਂ ਤੇਰੇ ਨਾਲ ਖੜ੍ਹਾ ਹਾਂ
ਪਰ ਕਦੋ? ਇਹ ਤਾਂ ਕੋਈ ਦੱਸਦਾ ਹੀ ਨਹੀਂ।

ਬਹੁਤੇ ਹੁੰਦੇ ਯਾਰ ਵਿੱਚ ਖੁਸ਼ੀਆਂ ਦੇ
ਆਵਣ ਦੁੱਖ ਤਾਂ ਪਿੱਛੇ ਕੋਈ ਤੱਕਦਾ ਹੀ ਨਹੀਂ।

'ਵੀਰ' ਜਿਹਨੇ ਹੁੰਦਾ ਸਾਥ ਨਿਭਾਉਣਾ
ਉਹ ਤਾਂ ਪਾਸਾ ਕਦੇ ਵੀ ਵੱਟਦਾ ਹੀ ਨਹੀਂ।

ਜਿੱਤ ਤੇ ਕਦੇ ਹਾਰ

ਹਰ ਕੋਈ ਚੰਨ ਦੀ ਚਾਨਣੀ ਦੀ ਹੈ ਗੱਲ ਕਰਦਾ
ਮੱਸਿਆਂ ਕਿਉਂ ਨੀ ਗਾ ਬਿਆਨ ਹੁੰਦੀ।

ਹਿੱਸਾ ਉਹ ਵੀ ਤਾਂ ਬਦਲਦੇ ਦਿਨਾਂ ਦਾ
ਜਿਵੇ ਧੁੱਪ ਦੇ ਨਾਲ ਹੈ ਛਾਂ ਹੁੰਦੀ।

ਇਹੀ ਦਸਤੂਰ 'ਵੀਰ' ਜਿੰਦਗੀ ਦਾ
ਕਦੇ ਜਿੱਤ ਤੇ ਕਦੇ ਹੈ ਹਾਰ ਹੁੰਦੀ।

ਸਲਾਹਕਾਰ

ਕੁੱਝ ਲੋਕ ਕਹਿੰਦੇ
ਜ਼ਖਮ ਹਰੇ ਰਹਿੰਦੇ ਨੇ
ਮੈਨੂੰ ਲੱਗਦਾ ਜ਼ਖਮ ਤਾਂ ਭਰ ਜਾਂਦੇ
ਪਰ ਨਿਸ਼ਾਨ ਬਣੇ ਰਹਿੰਦੇ ਨੇ।

ਜਿੰਨ੍ਹਾ ਦਾ ਨਾ ਦਰਦ
ਨਾ ਨੁਕਸਾਨ ਹੁੰਦਾ
ਬਸ ਇੱਕ ਚੰਗੇ ਸਲਾਹਕਾਰ
ਬਣੇ ਰਹਿੰਦੇ ਨੇ।

ਭਾਗ-2: ਪੰਜਾਬ

ਪੰਜਾਬ ਵਾਜਾਂ ਮਾਰਦਾ

ਭੁੱਲ ਗਏ ਓ ਬੋਲੀ
ਨਾਲੇ ਵਿਰਸਾ ਪੰਜਾਬ ਦਾ
ਮੁੜ ਵਤਨਾਂ ਨੂੰ ਆਜੋ ਵੇ
ਪੰਜਾਬ ਵਾਜਾਂ ਮਾਰਦਾ।

ਲੱਗਦਾ ਥੋੜਾ ਏਂ ਪਿਆਰ
ਇੱਕਲਾਂ ਮੇਰੇ ਨਾਮ ਨਾਲ
ਮੈਂ ਤਾਂ ਵੱਸਦਾ ਮਿੱਟੀ 'ਚ
ਜਿਹਨੂੰ ਛੱਡ ਗਏ ਬਾਹਰ।

ਇੱਕਲੇ ਗੀਤਾਂ 'ਚ ਨਾ ਰੋਵੇ
ਮੇਰੇ ਨਾਲ ਵੀ ਖਲੋਵੇ
ਕਿਤੇ ਮਰ ਹੀ ਨਾ ਜਾਵਾਂ
ਨਕਸ਼ਾਂ ਬਣ ਹੀ ਜਾਵਾਂ।

ਕਿਸੇ ਇਤਿਹਾਸ ਵਾਲੀ
ਵਿੱਚ ਮੈਂ ਕਿਤਾਬ ਦਾ
ਮੁੜ ਵਤਨਾਂ ਨੂੰ ਆਜੋ ਵੇ
ਮੈਂ ਪੰਜਾਬ ਵਾਜਾਂ ਮਾਰਦਾ।

ਸਾਂਭ ਲਉ ਵਿਰਸਾ

ਇਕ ਖਿਆਲ ਮੈਨੂੰ ਰੋਜ਼ ਜਗਾਉਂਦਾ
ਜਦ ਪਿੰਡ ਮੇਰਾ ਸੁਪਨੇ ਵਿੱਚ ਆਉਂਦਾ।

ਸੁੰਨੀਆਂ ਦਿਸਦੀਆਂ ਪਿੰਡ ਦੀਆਂ ਗਲੀਆਂ
ਤੇ ਘਰਾਂ ਵਿੱਚ ਬੁੱਢੇ ਮਾਂ-ਬਾਪ ਖੜ੍ਹੇ।

ਹਾੜ੍ਹਾ ! ਸਾਂਭ ਲਉ ਵਿਰਸਾ ਪੁੱਤਰੋ
ਆ ਮਿੰਨਤਾਂ ਰੋਜ਼ ਪੰਜਾਬ ਕਰੇ।

ਇੱਥੇ ਕੁੱਝ ਨੀ ਰੱਖਿਆ

ਕਹਿੰਦੇ ਇੱਥੇ ਕੁੱਝ ਨੀ ਰੱਖਿਆ
ਖਿੱਚ ਲਉ ਬਾਹਰ ਜਾਣ ਦੀ ਤਿਆਰੀ
ਵੀਜ਼ਾ ਲੱਗਣਾਂ ਚਾਹੀਦਾ
ਚਾਹੇ ਵਿੱਕ ਜਾਵੇ ਭੋਂ ਸਾਰੀ।

ਕਾਕਾ ਜੀ ਵੀ ਗੁਰੂ ਘਰ ਜਾ ਕੇ
ਨਿੱਤ ਸੀ ਅਰਦਾਸਾਂ ਕਰਦੇ
ਇਕ ਵਾਰੀ ਰੱਬਾਂ ਬਾਹਰ ਭੇਜ ਦੇ
ਮੈਂ ਸੌਖੇ ਕਰਦੂ ਘਰਦੇ।

ਆ ਗਿਆ ਵੀਜ਼ਾ ! ਖੁਸ਼ੀਆਂ ਚੜੀਆਂ
ਪੈਰ ਭੁੰਜੇ ਨਾ ਲੱਗਦੇ
ਹੋਲੀ-ਹੋਲੀ ਕਰਨ ਸਲਾਹਾਂ
ਕਿਸੇ ਨੂੰ ਪਤਾਂ ਨਾ ਲੱਗਜੇ।

ਸੁੱਖਾਂ-ਲੱਧਾ, ਖੁਸ਼ੀਆਂ ਭਰਿਆਂ
ਉਹ ਦਿਨ ਜਦ ਆਇਆ
ਸਣੇ ਮੁੰਡੇ ਦੇ ਸਾਰਾ ਟੱਬਰ
ਫਿਰੇ ਜਵਾਂ ਮੁਰਝਾਇਆਂ।

ਵਿਚ ਗੱਡੀ ਦੇ ਬਹਿ ਕੇ
ਜਦ ਫਿਰ ਕਾਕੇ ਮੂੰਹ ਘੁੰਮਾਇਆ
ਰੌਂਦਾਂ ਟੱਬਰ ਪਿੱਛੇ ਤੱਕ ਕੇ
ਦਿਲ ਉਹਦਾ ਭਰ ਆਇਆ।

ਜਿਹੜੇ ਪਿੰਡ 'ਚੋ ਨਿਕਲਣ ਦੀਆਂ
ਨਿੱਤ ਸੀ ਅਰਦਾਸਾਂ ਕਰਦਾ
ਉਹੀ ਗਲੀ ਤੇ ਪਿੰਡ ਨੂੰ
ਬੈਠਾ ਵਿਚ ਵਿਦੇਸ਼ੀ ਚੇਤੇ ਕਰਦਾ।

ਰੋਜ਼ ਕੰਮ ਤੋਂ ਘਰ ਆ ਕੇ
ਜਦ ਰੋਟੀ ਉਹ ਬੰਨ੍ਹਾਵੇ
ਹੱਥ ਸੜੇ ਕਦੇ ਰੋਟੀ ਸੜ ਜੇ
ਫਿਰ ਅਮੜੀ ਚੇਤੇ ਆਵੇ।

ਖਰਚੇ ਵੱਧੇ ਕਮਾਈ ਨਾਲੋਂ
ਉਦੋ ਪਿੰਡ ਦਾ ਚੇਤਾ ਆਵੇ
ਨਾ ਹੁੰਦਾ ਸੀ ਰੈਂਟ ਦੇਣਾ
ਗਰੋਸਰੀ ਕਰਦੇ ਸੀ ਆਪੇ ਮਾਪੇ।

ਪੈਲੀ ਵੇਚੀ ਲੋਨ ਲੈ ਲਿਆ
ਬਿਨਾਂ ਕੁੱਝ ਸੋਚੇ ਤੇ ਸਮਝੇ
ਮੁੜਨਾਂ ਚਾਹੇ ਵਤਨਾਂ ਨੂੰ
ਪਰ ਮੁੜਨ ਨਾ ਦਿੰਦੇ ਕਰਜੇ।

ਇਹੀ ਗੱਲ ਉਹਨੇ ਜਦ
ਆਪਣੇ ਰਿਸ਼ਤੇਦਾਰਾਂ ਕੋਲ ਸੁਣਾਈ
ਇਹ ਮੁਲਕ ਦੂਰੋ ਹੀ ਸੋਹਣਾ ਲੱਗਦਾ
ਹਕੀਕਤ ਕੁੱਝ ਹੋਰ ਹੈ ਭਾਈ।

ਫਿਰ ਤੂੰ ਕੀ ਕਰਦਾ ? ਤੂੰ ਵੀ ਮੁੜਿਆ
ਜਾ ਦੇ ਨਾ ਮੱਤਾਂ ਰੱਖ ਆਪਣੇ ਤਾਈਂ
ਬਹੁਤ ਸਮਝਾਇਆ ਕੋਈ ਨਾ ਸਮਝੇ
ਰਿਸ਼ਤੇਦਾਰਾਂ ਉਹੀ ਗੱਲ ਦੁਹਰਾਈ।

ਵੰਡ

ਨਾ ਵੰਡ ਹੋਈ ਦੋ ਮੁਲਕਾਂ ਦੀ
ਨਾ ਹੋਈ ਦੋ ਸਰਕਾਰਾਂ ਦੀ
ਇਹ ਵੰਡ ਸੀ ਸਕੇ ਭਰਾਵਾਂ ਦੀ
ਤੇ ਦਿਲ ਵਿੱਚ ਵੱਸਦੇ ਚਾਵਾਂ ਦੀ।

ਲਹੂਆਂ ਦੀਆਂ ਨਦੀਆਂ ਵਗੀਆਂ ਸੀ
ਜਦ ਦੋ ਸਰਹੱਦਾਂ ਬਣੀਆਂ ਸੀ
ਕੁੱਝ ਨੂੰ ਸੀ ਚਾਅ ਆਜ਼ਾਦੀ ਦਾ
ਪਰ ਇਹ ਦਿਨ ਸੀ ਨਿਰਾ ਬਰਬਾਦੀ ਦਾ।

ਭਾਈਆਂ ਨੇ ਭਾਈ ਮਾਰੇ ਸੀ
ਜਿਉਂਦੇ ਜੀ ਅੱਗ ਲਾ ਸਾੜੇ ਸੀ
ਕਈ ਭੈਣਾਂ ਇੱਜ਼ਤ ਗਵਾਈ ਸੀ
ਕੁਝ ਲੋਕਾਂ ਫਿਰ ਵੀ ਖੁਸ਼ੀ ਮਨਾਈ ਸੀ।

ਹਰ ਘਰ ਦਾ ਵਿਹੜਾ ਰੋਇਆ ਸੀ
ਜਦ ਹੱਸਦਾ-ਵੱਸਦਾ ਟੱਬਰ ਮੋਇਆ ਸੀ
ਚਾਰੇ ਪਾਸੇ ਲਾਸ਼ਾਂ ਵਿਛੀਆਂ ਸੀ
ਜਦ ਉਹ ਰਾਤ ਹਨੇਰੀ ਆਈ ਸੀ।

ਕਿਉਂ ਲੋਕਾਂ ਖੁਸ਼ੀ ਮਨਾਈ ਸੀ
ਹਾਲੇ ਤੱਕ ਇਹ ਸਮਝ ਨਾ ਆਈ ਸੀ ?

ਪੱਕੇ ਰਿਸ਼ਤੇ

ਘਰ ਕੱਚਿਆਂ ਵਿਚ ਵੱਸਦੇ ਰਿਸ਼ਤੇ ਪੱਕੇ ਸੀ
ਦਿਲਾਂ ਦੀਆਂ ਸਾਂਝਾ ਗੂੜੀਆਂ ਮਨਾਂ ਦੇ ਸੱਚੇ ਸੀ।

ਖੁੱਲ ਕੇ ਹੱਸਣਾ ਖੁੱਲ ਕੇ ਰੋਣਾ
ਹਰ ਰਿਸ਼ਤੇ ਨੂੰ ਦਿਲੋਂ ਨਿਭਾਉਣਾ।

ਹੋਵੇ ਦੁੱਖ ਤਾਂ ਨਾਲ ਖੜੋਣਾ
ਨਾ ਵਿਆਹ-ਸ਼ਾਦੀ ਵਿੱਚ ਮੂੰਹ ਬਣਾਉਣਾ।

ਸਾਂਝੇ ਦੁੱਖ ਸੀ ਸਾਂਝੀਆਂ ਖੁਸ਼ੀਆਂ
ਧੀਆਂ-ਭੈਣਾਂ ਸਭ ਦੀਆਂ ਸਕੀਆਂ।

ਨਾ ਬਣ ਆਪਣੇ ਇੱਜ਼ਤ ਨੂੰ ਹੱਥ ਪਾਉਂਦੇ ਸੀ
ਇਸੇ ਕਰਕੇ ਹਰ ਇੱਕ ਦੇ ਮਨ ਨੂੰ ਭਾਉਂਦੇ ਸੀ।

ਐਸੇ ਭੋਲੇ ਲੋਕ ਪਿੰਡਾਂ ਵਿਚ ਵੱਸਦੇ ਸੀ
ਘਰ ਕੱਚੇ ਪਰ ਪੱਕੇ ਰਿਸ਼ਤੇ ਰੱਖਦੇ ਸੀ।

ਤਿੰਨ ਮੰਜਲੀ ਕੋਠੀ

ਤਿੰਨ ਮੰਜਲੀ ਸੀ ਕੋਠੀ
ਵਿੱਚ 10-12 ਕਮਰੇ
ਅੰਦਰ ਜਾ ਕੇ ਦੇਖਿਆਂ
ਬੈਠੇ ਬਾਪੂ ਜੀ ਇਕੱਲੇ।

ਜਾ ਕੋਲ ਉਹਨਾਂ ਦੇ
ਮੈਂ ਜਦ ਸਤਿ ਸ਼੍ਰੀ ਅਕਾਲ ਬੁਲਾਈ
ਕਹਿੰਦੇ ਸ਼ੁਕਰ ਆ ਤੂੰ ਮੁੜ ਆਇਆ
ਪਰ ਪੁੱਤਰਾਂ ਐਨੀ ਦੇਰ ਕਿਉਂ ਲਾਈ ?

ਅੱਖਾਂ ਤੋਂ ਨਾ ਸੀ ਦਿੱਖਦਾ
ਨਾਂ ਸੀ ਅਵਾਜ ਪਛਾਣੀ
ਮੈਂ ਸੀ ਉਨ੍ਹਾਂ ਦਾ ਪੁੱਤਰ
ਸ਼ਇਦ ਉਹਨਾਂ ਭਾਣੀ।

ਐਨੇ ਨੂੰ ਪੰਜ-ਸੱਤ ਜਵਾਕਾ ਸੀ
ਆ ਝੁਰਮਟ ਪਾਇਆ
ਪਿੱਛੋਂ ਬੀਬੀ ਸ਼ਾਂਤੀ
ਕਹਿ ਰਾਮ-ਰਾਮ ਬੁਲਾਇਆ।

ਰਾਮੂ ਜੀ ਵੀ ਘਰ ਦੇ
ਪੂਰੇ ਸੀ ਮਾਲਿਕ ਬਣ ਗਏ
ਕਰਦੇ ਵਿਚ ਕੈਨੇਡਾ ਦਿਹਾੜੀਆਂ
ਸਰਦਾਰ ਜੀ ਮਰ ਗਏ।

ਦੋ ਮੁਲਕ

ਕਿਵੇਂ ਭੁੱਲ ਸਕਦਾ ਉਪਕਾਰ ਇਸ ਦੇਸ਼ ਦਾ
ਜਿਹਨੇ ਸੁਪਨਿਆਂ ਨੂੰ ਖੰਬ ਲਾਏ ਮੇਰੇ।

ਸਦਾ ਉਬਾਰੀ ਰਹੂ ਉਸ ਦੇਸ਼ ਦਾ ਵੀ
ਜਿਹਨੇ ਸੁਪਨੇ ਮਨ 'ਚ ਵਸਾਏ ਮੇਰੇ।

ਹਿੰਮਤ ਦਿੱਤੀ ਤੇ ਜਜ਼ਬਾ ਵੀ
ਤੇ ਰਾਹ ਤਰੱਕੀ ਦੇ ਦਿਖਾਏ ਜਿਹਨੇ।

ਇਸ ਦੇਸ਼ ਨੇ ਮਿਹਨਤ ਦੀ ਕਦਰ ਜਾਣੀ
ਤੇ ਸੁਪਨੇ ਹਕੀਕਤ ਬਣਾਏ ਮੇਰੇ।

ਕਦੇ ਮਾੜਾ ਨੀ ਕੋਈ ਦੇਸ਼ ਹੁੰਦਾ
ਬਸ ਸੋਚ ਤੇ ਉਦਮ ਦੀ ਲੋੜ ਹੁੰਦੀ।

ਪਤਾ ਲੱਗ ਜਾਏ ਜਦ ਇਸ ਕੂੰਜੀ ਦਾ
ਕਿਸੇ ਹੋਰ ਚੀਜ ਦੀ ਨਾ ਲੋੜ ਰਹਿੰਦੀ।

ਕਾਸ਼

ਕਾਸ਼ ! ਕਿਤੇ ਖੰਭ ਹੋਵਣ ਮੇਰੇ
ਹਰ ਰੋਜ਼ ਵਤਨਾਂ ਨੂੰ ਜਾਵਾਂ
ਰਾਹ ਉਡੀਕੇ ਬੇਬੇ ਮੇਰੀ
ਜਾ ਘੁੱਟ ਗਲਵਕੜੀ ਪਾਵਾਂ।

ਭਾਗ-3: ਸੱਚ ਦੀ ਖੋਜ਼

ਮੇਰੀ ਜੰਗ

ਮੇਰੀ ਜੰਗ ਸੀ ਮੇਰੇ ਆਪੇ ਨਾਲ
ਲੋਕਾਂ ਨਾਲ ਐਵੇ ਲੜਦਾ ਰਿਹਾ
ਮੇਰੇ ਅੰਦਰ ਦੀਆਂ ਕਮਜ਼ੋਰੀਆਂ ਨੂੰ
ਲੋਕਾਂ ਸਿਰ ਐਵੇ ਮੜ੍ਹਦਾ ਰਿਹਾ।

ਹੋਰਾਂ ਨੂੰ ਮਾੜਾ ਕਹਿ-ਕਹਿ ਕੇ
ਝੂਠੀ ਇੱਕ ਤਸੱਲੀ ਦੇ-ਦੇ ਕੇ
ਮੈਂ ਆਪੇ ਨੂੰ ਸੱਚਾ ਕਰਦਾ ਰਿਹਾ
ਮੇਰੀ ਜੰਗ ਸੀ ਮੇਰੇ ਆਪੇ ਨਾਲ
ਲੋਕਾਂ ਨਾਲ ਐਵੇ ਲੜਦਾ ਰਿਹਾ।

ਅੰਦਰ ਵੱਸਦਾ

ਨਾ ਮਿਲਿਆ ਉਹ ਮੰਦਿਰ-ਮਸਜਿਦ
ਨਾ ਮਿਲਿਆ ਗੁਰੂਦੁਵਾਰੇ
ਹਰ ਥਾਂ ਤੇ ਮੈਂ ਲੱਬਦੀ ਫਿਰਦੀ
ਉਹ ਕਿੱਧਰੇ ਨਜ਼ਰ ਨਾ ਆਵੇ।

ਕਈ ਵਾਰੀ ਮੈਂ ਬੈਠ ਉਡੀਕਾਂ
ਕੀਤੇ ਉਹ ਬੂਹਾ ਆਣ ਖੜਕਾਵੇ
ਉਹ ਤਾਂ ਸੀ ਮੇਰੇ ਅੰਦਰ ਵੱਸਦਾ
ਫਿਰ ਬਾਹਰੋਂ ਕਿਵੇਂ ਥਿਆਵੇ ?

ਪਥਰੀਲੀ ਕੰਧ

ਨੀ ਸਈਓ...
ਮੇਰਾ ਸ਼ੀਸ਼ਾ ਦੇਖਣ ਨੂੰ ਮਨ ਨਾ ਚਾਹੇ
ਮੇਰੇ ਅੰਦਰ ਦੀ ਕਾਲਖ ਮੈਨੂੰ ਆਣ ਸਤਾਵੇ।

ਮੂੰਹ ਧੋਵਾਂ ਤੇ ਇਹਨੂੰ ਲਿਪਾਂ ਪੋਚਾਂ
ਕੱਪੜੇ ਵੀ ਧੋਤੇ ਪਾ-ਪਾ ਬੈਠਾਂ।

ਧੂਪ-ਬੱਤੀਆਂ ਤੇ ਇੱਤਰ-ਫਲੇਲਾ
ਪਤਾ ਨਹੀਂ ਕੀ-ਕੀ ਪਾਪੜ ਵੇਲਾ।

ਫਿਰ ਵੀ ਕੋਈ ਜੁਗਤ ਨਾ ਲੱਭੇ
ਜੋ ਮੈਨੂੰ ਮੇਰੀ 'ਮੈਂ' 'ਚ ਕੱਢੇ।

ਇਹੀ ਮੈਂ ਸਾਡੇ ਵਿਚਕਾਰੇ
ਇੱਕ ਪਥਰੀਲੀ ਕੰਧ ਬਣੀ ਹੈ।

ਨਾ ਅਪਣਾਵੇ ਮਾਹੀ ਮੇਰਾ
ਛੱਡ ਹਾਉਮੇ ਇਹੀ ਉਹਨੇ ਜਿੱਦ ਫੜੀ ਹੈ।

ਅਣਪਛਾਤਾ

ਲੱਖਾਂ ਦੀਵੇ ਬਾਲੇ
ਰਾਤਾਂ ਕਾਲੀਆਂ ਦੇ ਵਿੱਚ
ਮਘਿਆ ਨਾ ਦੀਵਾ
ਮੇਰੇ ਮਨ ਵਾਲੀ ਜੋਤ ਦਾ।

ਤੀਰਥਾਂ ਤੇ ਘੁੰਮਾਂ
ਲੱਖਾਂ ਮੰਤਰ ਵੀ ਗਾਏ
ਪੜ੍ਹ-ਪੜ੍ਹ ਪਾਠ
ਦੇਵੀ-ਦੇਵਤੇ ਧਿਆਏ।

ਲੱਗੇ ਕੁਝ ਸੀ ਗੁਆਚਾ
ਮੇਰੇ ਮਨ 'ਚ ਸੰਨਾਟਾ
ਕੋਈ ਅਣਪਛਾਤਾ
ਮੈਥੋਂ ਜਾਏ ਨਾ ਪਛਾਤਾ।

ਜਿਹੜਾ ਆਪਣਾ ਸੀ ਲੱਗੇ
ਪਰ ਕਿਥੋਂ ਉਹੋ ਲੱਭੇ
ਮੇਰੀ ਇੱਕ ਫਰਿਆਦ
ਕੋਈ ਮਿਲਾਵੇ ਉਹਦੇ ਨਾਲ।

ਬਿਨਾ ਉਹਦੇ ਮੇਰਾ
ਇੱਕ ਬਿੰਦ ਵੀ ਨਾ ਲੰਘੇ।

ਬੇਵਫਾਈ

ਨਾ ਮੈਂ ਝੂਠਾਂ ਸਾਂ
ਨਾ ਮੈਂ ਗ਼ਲਤੀ ਕੀਤੀ
ਪਰ ਮੇਰੇ ਅੰਦਰ ਨੇ
ਕਿਉਂ ਨਾ ਮੈਨੂੰ ਮੁਆਫੀ ਦਿੱਤੀ ?
ਇੱਕ ਬੋਝ ਪਿਆ ਰਿਹਾ
ਸਦਾ ਮੇਰੇ ਦਿਲ ਉੱਤੇ
ਕਿਉਂਕਿ ਕਿਸੇ ਹੋਰ ਨਾਲ ਨਹੀਂ
ਮੈਂ ਬੇਵਫ਼ਾਈ ਸੀ
ਆਪਣੇ ਆਪ ਨਾਲ ਕੀਤੀ।

ਸੱਚ ਦੇ ਰਾਹ ਤੇ

ਇਹ ਬਿਖੜੇ ਰਾਹਾਂ ਦਾ
ਮੈਂ ਇਕੱਲਾ ਪਾਂਦੀ ਨਹੀਂ
ਇਥੇ ਪੈੜ੍ਹਾਂ ਮਿਲੀਆਂ ਸੀ
ਜਿਹਨੂੰ ਨੱਪਦਾਂ ਆਇਆ ਹਾਂ।

ਇਹ ਨਾ ਸੋਚ ਨਵੀਨੀ ਏ
ਜਿਹਨੂੰ ਮੈਂ ਆਪਣਿਆਂ ਏ
ਇਹ ਬਾਪੂ ਮੇਰੇ ਨੇ
ਮੇਰੇ ਮਨ ਵਿਚ ਪਾਇਆ ਏ।

ਨਾ ਸੱਚ ਨਵਾਂ ਕੋਈ
ਹਾਣੀ ਝੂਠ ਵੀ ਇਹਦਾ ਏ
ਫਰਕ ਬਸ ਇਹਨਾਂ ਹੀ
ਸੱਚ ਸੰਦੀਵੀ ਰਹਿਣਾ ਏ।

ਚੁੱਪ

ਨਾ ਮੈਂ ਖੁਸ਼ ਹਾਂ
ਨਾ ਮਨ ਉਦਾਸ ਹੈ
ਫਿਰ ਵੀ ਪਤਾ ਨਹੀਂ ਦਿਲ ਅੰਦਰ
ਇੱਕ ਅਜੀਬ ਜਿਹੀ ਚੁੱਪ-ਚਾਪ ਏ।

ਇਹ ਚੁੱਪ ਰੋਜ ਰੌਲਾ ਹੈ ਪਾਉਂਦੀ
ਦਿਲ ਦੀ ਖਾਮੋਸ਼ੀ ਨੂੰ ਆਣ ਜਗਾਉਂਦੀ
ਟੁੱਟ ਚੁੱਕਿਆਂ ਏ ਜਾਂ ਥੱਕ ਚੁੱਕਿਆਂ ਏ
ਜਾਂ ਫਿਰ ਰੌਲਾ ਪਾ-ਪਾ ਅੱਕ ਚੁੱਕਿਆਂ ਏ।

ਚਾਹੇ ਕੁੱਝ ਵੀ ਹੈ
ਇਹ ਚੰਗਾ ਨਹੀਂ ਹੈ
ਤੇਰੇ ਲਈ ਖੜਨਾ ਚੰਗਾ ਨਹੀਂ ਹੈ
ਅੰਦਰੋਂ-ਅੰਦਰੀ ਮਰਨਾ ਚੰਗਾ ਨਹੀਂ ਹੈ।

ਤੂੰ ਚੀਕਾਂ ਮਾਰ ਜਾਂ ਰੱਜ ਕੇ ਹੱਸ
ਜੋ ਵੀ ਹੈ ਉਹ ਖੁੱਲ ਕੇ ਦੱਸ
ਕੋਈ ਤੇ ਹੋਊ ਤੈਨੂੰ ਸੁਣਨੇ ਵਾਲਾ
ਦਿਲ ਦਾ ਦਰਦ ਨਾ ਮਨ ਵਿੱਚ ਰੱਖ।

ਇਹ ਪੀੜ੍ਹ ਤੇਰੀ ਨਾਸੂਰ ਬਣੂ
ਚਾਹੇ ਕੰਧਾਂ ਨੂੰ ਦੱਸ ਜਾਂ ਬੰਦੇ ਨੂੰ ਦੱਸ
ਜੋ ਵੀ ਹੈ ਉਹ ਖੁੱਲ ਕੇ ਦੱਸ
ਦਿਲ ਦਾ ਦਰਦ ਨਾ ਮਨ ਵਿੱਚ ਰੱਖ।

ਭਾਗ-4: ਮਾਪੇ

ਪੱਕੀ ਮਹੁੱਬਤ

ਮਾਂ ਮੈਂ ਅੱਜ ਵੱਡੀ ਹੋ ਗਈ
ਤੇ ਤੂੰ ਵੀ ਪਹਿਲਾ ਨਾਲੋਂ
ਥੋੜੀ ਬੁੱਢੀ ਹੋ ਗਈ।

ਮੈਂ ਘਰਵਾਲੀ ਕਿਸੇ ਦੀ
ਤੇ ਤੂੰ ਕਿਸੇ ਦੀ
ਦਾਦੀ-ਨਾਨੀ ਹੋ ਗਈ।

ਰਿਸ਼ਤੇ ਬਦਲੇ ਉਮਰਾਂ ਲੰਘੀਆਂ
ਪਰ ਤੇਰੇ ਨਾਲ ਮੁਹੱਬਤ ਮੇਰੀ
ਪਹਿਲਾ ਤੋਂ ਵੀ ਪੱਕੀ ਹੋ ਗਈ।

ਫ਼ਰਜ

ਮੇਰਾ ਦਿਲ ਕਰਦਾ ਮਾਏ
ਅੱਜ ਮੈਂ ਆਪਣਾ ਫ਼ਰਜ ਨਿਭਾਵਾਂ
ਸਿਰ ਤੇਰੇ ਤੇ ਤਾਜ ਸਜਾ ਕੇ
ਪੈਰਾਂ ਦੇ ਵਿੱਚ ਫੁੱਲ ਵਿਛਾ ਕੇ
ਤੇਰੇ ਕੀਤੇ ਉਪਕਾਰਾਂ ਦਾ
ਥੋੜਾਂ ਜਿਹਾ ਮੈਂ ਮੁੱਲ ਚੁਕਾਵਾਂ।

ਹਰ ਕੋਸ਼ਿਸ਼ ਮੈਨੂੰ ਛੋਟੀ ਲੱਗੇ
ਨਾ ਕੋਈ ਏਡਾ ਸ਼ਬਦ ਹੀ ਲੱਭੇ
ਜੋ ਮੁੱਲ ਪਾਵੇ
ਸਾਡੇ ਲਈ ਮਾਰਿਆ ਚਾਵਾਂ ਦਾ
ਮੇਰਾ ਦਿਲ ਕਰਦਾ ਮਾਏ
ਥੋੜਾ ਜਿਹਾ ਮੈਂ ਕਰਜ਼ ਉਤਾਰਾਂ
ਤੇਰੇ ਕੀਤੇ ਉਪਕਾਰਾਂ ਦਾ।

ਸੰਦੂਕ

ਅੱਜ ਖੋਲਿਆ ਸੰਦੂਕ
ਬੇਬੇ ਕਈ ਚਿਰਾਂ ਬਾਅਦ
ਨੀ ਮੈਂ ਭੁੱਬਾਂ ਮਾਰ ਰੋਈ
ਤੈਨੂੰ ਕਰ-ਕਰ ਯਾਦ।

ਜਦ ਦੇਖੀ ਫੁਲਕਾਰੀ
ਤੇਰਾ ਚਿਹਰਾ ਚੇਤੇ ਆਵੇ
ਤੇਰੇ ਨਾਲ ਜੋ ਬਿਤਾਇਆ
ਹਰ ਪਲ ਚੇਤੇ ਆਵੇ।

ਸਬਰ

ਸਿਰ ਝੁੱਕਦਾ ਉਹਦੇ ਸਬਰ ਅੱਗੇ
ਸਭ ਕੁੱਝ ਕਰਕੇ ਕਦੇ ਵੀ ਬੋਲਦਾ ਨਹੀਂ।

ਨਾ ਉਹਦੀ ਕਦੇ ਅੱਖ ਰੋਵੇ
ਕਦੇ ਕਿਸੇ ਅੱਗੇ ਦੁੱਖ ਵੀ ਫਰੋਲਦਾ ਨਹੀਂ।

ਧੀਆਂ-ਪੁੱਤ ਲੱਖ ਹੋਣ ਮਾੜੇ
ਬਾਪ ਕਦੇ ਵੀ ਉਹਨਾਂ ਤੋਂ ਮੁੱਖ ਮੋੜਦਾ ਨਹੀਂ।

ਕਰਜ਼ਾ

ਰੋਈ ਸੀ ਮੈਂ ਜਦ ਬਾਬੁਲ ਵਿਦਾ ਕੀਤਾ
ਤੇ ਤੇਰੇ ਲੜ ਲਾਇਆ
ਬਾਪ ਮਿਲਿਆ ਮੈਨੂੰ ਇੱਥੇ ਵੀ
ਜਿਹਨੇ ਪੂਰਾ ਲਾਡ ਲਡਾਇਆ
ਕਰਜ਼ ਰਹੇਗਾ ਮੇਰੇ ਸਿਰ ਉਹਦਾ
ਜਿਹਨੇ ਚੰਗਾ ਪਰਿਵਾਰ ਮਿਲਾਇਆ।

ਕੀ ਆਖਾਂ

ਮਾਂ !
ਤੈਨੂੰ ਧੁੱਪ ਆਖਾਂ ਜਾਂ ਛਾਂ ਆਖਾਂ
ਜਾ ਰੱਬ ਦੇ ਮੈਂ ਥਾਂ ਆਖਾਂ ?
ਕਦੇ ਇਹ ਵੀ ਫਿੱਕਾ ਲੱਗਦਾ
ਤੈਨੂੰ ਇਸ ਤੋਂ ਵੀ ਉਤਾਂਹ ਆਖਾਂ ?

ਲਾਡਲੀ

ਇੱਕ ਬਾਬੁਲ ਦੇ ਘਰ ਮੈਂ ਜਾਈ
ਇੱਕ ਉਸ ਬਾਬੁਲ ਆਪ ਮਿਲਾਇਆ
ਦੋਵਾਂ ਦੀ ਮੈਂ ਧੀ ਲਾਡਲੀ
ਇਕ ਮੇਰਾ ਕਾਜ ਰਚਾ
ਦੂਜੇ ਦੀ ਝੋਲੀ ਪਾਇਆ
ਸਿਜਦਾ ਕਰਾਂ ਦੋਵਾਂ ਦੇ ਪਿਆਰ ਅੱਗੇ
ਜਿਨ੍ਹਾਂ ਮੈਨੂੰ ਦਿਲ ਦੇ ਵਿਚ ਵਸਾਇਆ।

ਧੰਨਵਾਦ

ਧੰਨਵਾਦ ਬਾਪੂ
ਜਿਹਨੇ ਏਨੇ ਜੋਗਾ ਕਰਤਾ
ਆਪ ਦੁੱਖ ਸਹਿ ਕੇ
ਮੈਨੂੰ ਸੁੱਖਾਂ ਜੋਗਾ ਕਰਤਾ।

ਲੱਭਿਆਂ ਜੋ ਵਰ ਜਵਾਂ
ਆਪਣੇ ਹੀ ਵਰਗਾ
ਬਿਨਾਂ ਬੋਲੇ ਦਿਲ ਦੀ ਉਹ
ਹਰ ਰੀਝ ਪੂਰੀ ਕਰਦਾ।

ਭਾਗ-5: ਪਿਆਰ

ਦਿਲਾਂ ਦਿਆ ਮਹਿਰਮਾਂ

ਦਿਲੋਂ ਧੰਨਵਾਦ ਤੇਰਾ
ਦਿਲਾਂ ਦਿਆ ਮਹਿਰਮਾਂ ਵੇ
ਮਰ ਮੁੱਕ ਚੁੱਕੀ ਵਿਚ
ਸਾਹ ਹੈ ਤੂੰ ਪਾਇਆ ਵੇ।

ਆਸਾਂ ਵਾਲੀ ਬੁੱਝ ਚੁੱਕੀ
ਚੰਗਿਆਰੀ ਨੂੰ ਤੂੰ
ਪਿਆਰ ਵਾਲਾ ਤੇਲ ਪਾ ਕੇ
ਮੁੜ ਰੁਸ਼ਨਾਇਆ ਵੇ।

ਸ਼ਿਕਵੇ

ਸ਼ਿਕਵੇ ਹੁਣ ਸਾਰੇ ਮੁੱਕ ਗਏ ਨੇ
ਝੋਰੇ ਵੀ ਪਿੱਛੇ ਛੁੱਟ ਗਏ ਨੇ
ਤੂੰ ਮਿਲਿਆ ਸੱਜਣਾ ਰੱਬ ਬਣਕੇ
ਉਮਰਾਂ ਦੇ ਰੋਗ ਵੀ ਟੁੱਟ ਗਏ।

ਬਾਤਾਂ

ਤਾਰਿਆਂ ਦੀ ਛਾਵੇਂ
ਨੀਲੇ ਅੰਬਰਾਂ ਦੇ ਥੱਲੇ
ਆਜਾ ਮਾਹੀਆਂ ਬਾਤਾਂ ਪਾਈਏ
ਬੈਠ ਦੋਵੇ ਇਕੱਲੇ।

ਦੂਰ ਦੂਰ ਰਹੀ ਜਾਵੇਂ
ਨੇੜੇ ਸਾਡੇ ਆਵੇਂ ਨਾ
ਦਿਲ ਵਾਲੀ ਗੱਲ ਕਾਤੋਂ
ਬੁਲਾਂ ਤੇ ਲਿਆਵੇਂ ਨਾ।

ਦਿਲ ਆਪਣੇ ਤੋਂ ਕਰੀਂ
ਇਕ ਤੂੰ ਸਵਾਲ ਵੇ
ਕੀ ਏ ਤੇਰਾ ਰਿਸ਼ਤਾ
ਮੇਰੇ ਸਾਹਾਂ ਨਾਲ ਵੇ।

ਤੋਹਫ਼ੇ

ਸੱਜਣਾ!
ਜੋ ਦਿਲ ਦੀਆਂ ਬਾਤਾਂ ਨੇ
ਮੇਰੇ ਨਾਲ ਖੁੱਲ ਕੇ ਕਰ ਲਏ ਜੇ
ਮੇਰੇ ਲਈ ਉਹੀ ਸੌਗਾਤਾਂ ਨੇ।

ਕੌਣ ਕਹਿੰਦਾ ਮਹਿੰਗੀਆਂ ਸ਼ੈਆਂ ਹੀ
ਵਿਚ ਪਿਆਰਾਂ ਤੋਹਫ਼ੇ ਨੇ
ਤੇਰਾ ਇਕ ਨਜ਼ਰ ਭਰ ਤੱਕਣਾਂ ਹੀ
ਸਭ ਸੋਦੇ ਕਰਦਾ ਫੋਕੇ ਨੇ।

ਜੇ ਤੋਹਫ਼ਾ ਦੇਣਾ ਚਾਹੁੰਦਾ ਤੂੰ
ਮੈਨੂੰ ਘੁੱਟ ਸੀਨੇ ਨਾਲ ਲਾ ਲੈ ਵੇ
ਮੇਰਾ ਬਣਕੇ ਪਰਛਾਂਵਾਂ ਸੱਜਣਾ ਤੂੰ
ਸਾਰੀ ਉਮਰ ਦਾ ਸਾਥ ਨਿਬਾਹ ਦੇ ਵੇ।

ਬਸ ਪਿਆਰ ਹੀ

ਕਿਦਾਂ ਸਮਝਾਵਾਂ ਮੈਂ
ਤੇਰੇ ਲਈ ਪਿਆਰ ਮੇਰਾ
ਤੂੰ ਰੁੱਸ-ਰੁੱਸ ਬਹਿਨਾ
ਕਰਦਾ ਨੀ ਇਤਬਾਰ ਮੇਰਾ।

ਨਾ ਰੁੱਸਿਆਂ ਕਰ
ਨਾ ਲੜਿਆ ਕਰ
ਬਸ ਪਿਆਰ ਹੀ
ਸਾਨੂੰ ਕਰਿਆ ਕਰ।

ਸ਼ੱਕ

ਸ਼ੱਕ ਕੀਤਾ ਤੇ ਫਿਰ ਪਿਆਰ ਕਿਹਾ
ਪਿਆਰ ਵਿਚ ਤਾਂ ਸ਼ੱਕ ਦੀ ਥਾਂ ਹੈਨੀ।
ਉਹ ਤਾਂ ਅੱਖਾਂ ਮੀਚ ਕੇ ਕੀਤਾਂ ਜਾਂਦਾ
ਜਿੱਥੇ ਸੋਚ ਸਮਝ ਦੀ ਥਾਂ ਹੈਨੀ।

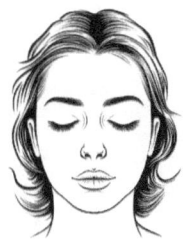

ਸਿਜਦਾ

ਕਦੇ ਮੈਂ ਤੇਰਾ ਨਾਮ ਲਿਖਾਂ
ਕਦੇ ਦੇਖਾਂ ਤੇਰੀ ਤਸਵੀਰ ਨੂੰ।
ਜਿਹਨੇ ਤੈਨੂੰ ਮੇਰੇ ਲੇਖੀ ਲਿਖਿਆ
ਸਿਜਦਾ ਉਸ ਢਾਡੇ ਪੀਰ ਨੂੰ।

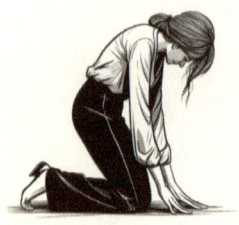

ਪਿਆਰ ਦਾ ਬੂਟਾ

ਤੂੰ ਪਿਆਰ ਦਾ ਬੂਟਾ ਲਾ ਦੇਵੀਂ
ਮੈਂ ਸਿੰਜਦਾ ਰਹੂ ਕਿਆਰੀ ਨੂੰ
ਨਾ ਵਿਚ ਨਫਰਤਾਂ ਪੈ ਜਾਵੀਂ
ਤੁਰ ਜਾਣਾ ਆਈ ਵਾਰੀ ਨੂੰ।

ਖਾਸ ਗੱਲ

ਰੂਹ ਦਾ ਸਾਥੀ ਤੂੰ ਮਹਿਰਮ ਮੇਰਾ
ਤੇਰੇ ਬਿਨ ਏ ਜਿੰਦ ਅਧੂਰੀ।

ਤੇਰੇ ਬਿਨਾਂ ਮੈਂ ਰਹਿ ਨਾ ਪਾਵਾਂ
ਤੂੰ ਛੱਡ ਅੜ੍ਹਿਆ ਮਗ਼ਰੂਰੀ।

ਜੇ ਸਾਥ ਲਿਖਿਆ ਉਸ ਰੱਬ ਨੇ ਸਾਡਾ
ਗੱਲ ਕੋਈ ਖਾਸ ਤੇ ਹੋਣੀ।

ਰਿਸ਼ਤਾ ਰੂਹ ਦਾ

ਮੈਨੂੰ ਸਮਝ ਨੀ ਆਉਂਦੀ
ਰਿਸ਼ਤਾ ਆਪਣਾ ਕੀ ਏ
ਕਦੇ ਤੇਰੇ 'ਚ ਮਾਂ ਦਿਖਦੀ
ਕਦੇ ਭੈਣ ਤੇ ਧੀ ਏ।

ਜੋ ਵੀ ਹੈ
ਇਹ ਰਿਸ਼ਤਾ ਰੂਹ ਦਾ
ਇਸ ਤੋਂ ਉਤੋਂ
ਕੁੱਝ ਵੀ ਨਹੀਂ ਏ।

ਰਮਜ਼ਾ

ਇੱਕ ਝੋਰਾ ਵੇ ਮੇਰੀ ਜਾਨ ਦਾ
ਨਾ ਤੂੰ ਵੇ ਰਮਜ਼ ਪਛਾਣ ਦਾ
ਇਹ ਰਮਜ਼ਾ ਪਛਾਨਣ ਵਿਰਲੜੇ
ਦਿਲਾਂ ਦੇ ਕੋਮਲ ਮਨਾਂ ਦੇ ਨਿਰਮਲੇ।

ਇਹ ਪਿਆਰ ਦਾ ਪੈਂਡਾ ਖੁਰਦਰਾ
ਨਾ ਮਖਮਲਾ ਦੀ ਸੇਜ ਨਾਲ ਦਾ
ਲੱਗੇ ਦੁੱਖ ਜਿਆਦਾ ਤੇ ਸੁੱਖ ਥੋੜੜੇ
ਜਦ ਪ੍ਰੀਤਮ ਨਾ ਰਮਜ ਪਛਾਣਦਾ।

ਤੇਰੇ ਬਾਝੋਂ ਦਿਲ ਵੀਰਾਂਗਣਾ
ਵਾਂਗ ਬੰਬੀਹੇ ਦੀ ਪਿਆਸ ਦੇ
ਜੋ ਇਕ ਬੂੰਦ ਲਈ ਤੜਪਦਾ
ਚਾਹੇ ਝੜੀਆਂ ਦਿਨ ਪੁਰ ਰਾਤ ਵੇ।

ਮੈਨੂੰ ਪਤਾ ਹੈ ਤੂੰ ਮਿਲਣਾ ਨਹੀਂ
ਫਿਰ ਵੀ ਭਟਕਾਂ ਵਿਚ ਤਲਾਸ਼ ਦੇ
ਤੂੰ ਵਾਂਗ ਤ੍ਰਿਸ਼ਨਾ ਮਿਰਗ ਦੇ
ਲੱਗੇ ਨੇੜੇ ਵਿਚ ਜੇਠ-ਹਾੜ ਵੇ।

ਬੁੱਲ੍ਹਾ ਤੇ ਹਾਸਾ

ਮੇਰਾ ਹੱਸਣਾ ਤੇ ਕਦੇ ਰੋਣਾ ਵੇ
ਤੈਨੂੰ ਏ ਸਮਝ ਨਾ ਆਉਣਾ ਏ
ਇਹ ਜਾਨਣ ਲਈ ਸੱਜਣਾ ਵੇ
ਮੇਰੇ ਦਿਲ ਵਿੱਚ ਵੱਸਣਾ ਪੈਣਾ ਏ।

ਇਹ ਜਖਮ ਦਿਲਾਂ ਦੇ ਡੂੰਗੇ ਨੇ
ਜੋ ਹਰ ਪਲ ਰਿਸਦੇ ਰਹਿੰਦੇ ਨੇ
ਫਿਰ ਹੰਝੂ ਬਣ ਕੇ ਨੈਂਣਾਂ 'ਚ
ਉਹ ਆਪ ਮੁਹਾਰੇ ਵਹਿੰਦੇ ਨੇ।

ਜਦ ਕੋਈ ਮਲ੍ਹਮ ਲਾ ਪਿਆਰ ਵਾਲੀ
ਦਿਲ ਦੇ ਅੰਦਰ ਵਸਦਾ ਏ
ਫਿਰ ਇਹੀ ਹੰਝੂ ਸੱਜਣਾ ਵੇ
ਬਣ ਹਾਸਾ ਬੁਲ੍ਹਾ ਤੇ ਨੱਚਦਾ ਏ।

ਇਤਫ਼ਾਕ

ਤੇਰਾ ਮੇਰਾ ਮਿਲਣਾ
ਇਤਫ਼ਾਕ ਤੇ ਨਹੀਂ
ਕਿਤੇ ਇਹ ਸੱਤ ਜਨਮਾਂ ਦਾ
ਸਾਥ ਤੇ ਨਹੀਂ।

ਜੇ ਕਿਧਰੇ
ਇਹ ਆਖਰੀ ਹੋਇਆ
ਇਹ ਫਿਰ ਕੁਦਰਤ ਦਾ
ਇਨਸਾਫ ਤੇ ਨਹੀਂ।

ਪਿਆਰ ਹਕੀਕੀ

ਨਾ ਲਿਖ ਹੋਣਾ ਇਹਨਾ ਕਲਮਾਂ ਤੋਂ
ਨਾ ਮੂੰਹ 'ਚ ਨਿਕਲੇ ਲਫਜਾਂ ਤੋਂ।

ਨਾ ਅੱਖਾਂ ਤੋਂ ਦਿਖਾ ਹੋਣਾ
ਨਾ ਦਿਲ ਤੋਂ ਵੀ ਫੁਰਮਾ ਹੋਣਾ।

ਇਹ ਪਿਆਰ ਹਕੀਕੀ ਸੱਜਣਾ ਵੇ
ਨਾ ਜਿਸਮਾਂ ਨਾਲ ਨਿਭਾਹ ਹੋਣਾ।

ਰਸਮਾਂ

ਹੱਥਾਂ ਦੀ ਮਹਿੰਦੀ
ਮੱਥੇ ਦੀ ਬਿੰਦੀ।

ਤੇ ਗੁੱਟ ਉੱਤੇ ਬੰਨੀ
ਕੱਚੀ ਵੇ ਡੋਰੀ।

ਸਮਝੀ ਨਾ ਰਸਮਾਂ
ਇਹ ਸੱਜਣਾ ਵੇ ਕਸਮਾਂ।

ਬਨਣੇ ਸਾਥ ਰੂਹਾਂ ਦੇ
ਹੋਣੇ ਉਮਰੋਂ ਲੰਮੇਰੇ।

ਜੋ ਆਪਾਂ ਨਿਬਾਉਣੇ
ਲੈ ਗੁਰੂਘਰ ਫੇਰੇ।

ਮੈਂ-ਤੂੰ ਤੇ ਤੂੰ-ਮੈਂ

ਨਾ ਕੋਸ਼ਿਸ਼ ਕਰ ਤੂੰ ਬੁੱਝਣ ਦੀ
ਤੇ ਵਿਚ ਕਿਤਾਬਾਂ ਰੁੱਝਣ ਦੀ
ਇਕ ਦਿਲ ਦਾ ਵਰਕਾ ਫੋਲ ਲਵੀਂ
ਤੇ ਵਿੱਚੋ ਮੈਨੂੰ ਟੋਲ ਲਵੀਂ।

ਮੈਂ ਤੇਰੇ ਵਰਗੀ ਲੱਗੂਗੀ
ਤੇਰੇ ਨਾਲ ਬਹੁਤਾ ਫੱਬੂਗੀ
ਫਿਰ ਇਸ਼ਕ ਇਲਾਹੀ ਗੂੰਝੇਗਾ
ਜੋ ਭੇਤ ਦਿਲਾਂ ਦੇ ਖੋਲੇਗਾ।

ਦੋ ਜਿਸਮਾਂ ਤੋਂ ਇਕ ਰੂਹ ਹੋਣੀ
ਨਾ ਆਪਣੇ ਵਿਚ ਤੂੰ-ਮੈਂ ਹੋਣੀ
ਬਸ ਉਹੀ ਦਿਨ ਨੂੰ ਤਰਸਾਂ ਮੈਂ
ਉਹ ਘੜੀ ਸੁਲਖਣੀ ਕੱਦ ਆਉਣੀ
ਜਦ ਨਾ ਆਪਣੇ ਵਿਚ ਤੂੰ-ਮੈਂ ਹੋਣੀ।

ਖੁੱਲ ਕੇ ਦੱਸਦੇ

ਜੇ ਕੁੱਝ ਦਿਲ ਵਿੱਚ ਹੈ ਤਾਂ ਮੈਨੂੰ ਦੱਸਦੇ
ਅੱਜ ਨਹੀਂ ਤਾਂ ਭਲਕੇ ਦੱਸਦੇ
ਫਿਰ ਲੰਘਿਆ ਵੇਲਾ ਹੱਥ ਨੀ ਆਉਣਾ
ਜੋ ਵੀ ਹੈ ਉਹ ਖੁੱਲ ਕੇ ਦੱਸਦੇ
ਨਾ ਡਰਾ ਮੈਨੂੰ ਨਾ ਤੜਫਾਂ ਮੈਨੂੰ
ਪਿਆਰ ਨੀ ਕਰਨਾ ਨਾ ਕਰੀ
ਬਸ ਸਬਰ ਕਰਨ ਦਾ ਢੰਗ ਤੇ ਦੱਸਦੇ।

ਪਿਆਰ ਦੀ ਕਦਰ

ਪਿਆਰ ਦੀ ਕਦਰ ਨਾ ਕਰਦੇ ਲੋਕੀ
ਮਿਲ ਜਾਵੇ ਜਿਹਨੂੰ ਸੁਖਾਲਾ
ਜਾ ਪੁੱਛੋ ਉਹਨਾਂ ਵਿਛੜੇ ਸੱਜਣਾਂ
ਜਿਹਨਾਂ ਮਿਲਣਾ ਨਹੀਂ ਦੁਬਾਰਾ।

ਹੌਂਕੇ-ਹੰਝੂ

ਹੰਝੂਆਂ ਨੇ ਅੱਜ ਕਿਣ-ਮਿਣ ਲਾਈ
ਦਿਲ ਵੀ ਪਾਉਂਦਾ ਰਿਹਾ ਦੁਹਾਈ।

ਯਾਦ ਤੇਰੀ ਜਦ ਵੀ ਸੀ ਆਈ
ਹੌਂਕੇ-ਹੰਝੂ ਨਾਲ ਲਿਆਈ।

ਬਹੁਤ ਵਾਰੀ ਮੈਂ ਤਰਲੇ ਪਾਏ
ਤੈਨੂੰ ਨਾਲ ਨਾ ਲੈ ਕੇ ਆਈ।

ਤੂੰ ਤਾਂ ਚੰਦਰਿਆ ਤੁਰ ਗਿਆ ਲੜ ਕੇ
ਮੈਂ ਤਾਂ ਰੋ-ਰੋ ਰਾਤ ਲੰਘਾਈ।

ਕਿਵੇਂ ਲੜ ਲੈਂਦੇ

ਕਿਵੇਂ ਲੜ ਲੈਂਦੇ ਲੋਕ ਨਾਲ ਆਪਣਿਆਂ
ਮੇਰਾ ਤਾਂ ਬਿੰਦ ਨੀ ਸਰਦਾ ਬਿਨ ਆਪਣਿਆਂ
ਕਦੇ ਉਹਨਾਂ ਨੇ ਵੀ ਤਾਂ ਚੰਗਾਂ ਕੀਤਾਂ ਹੋਵੇਗਾਂ
ਘੁੱਟ ਸਬਰ ਦਾ ਤੁਹਾਡੇ ਲਈ ਪੀਤਾ ਹੋਵੇਗਾ।

ਨਾਲ ਆਪਣਿਆਂ ਲੜਨ ਤੋਂ ਪਹਿਲਾ
ਦੋਸ਼ ਕਿਸੇ ਸਿਰ ਮੜ੍ਹਨ ਤੋਂ ਪਹਿਲਾ
ਯਾਦ ਕਰ ਲੈਣਾ ਉਹਦੇ ਕੀਤੇ ਉਪਕਾਰਾਂ ਨੂੰ
ਜੇ ਚੰਗਾ ਨੀ ਕਹਿ ਸਕਦੇ ਤਾ ਨਿੰਦਿਓ ਨਾ
ਔਖੇ ਸਮੇਂ 'ਚ ਕੰਮ ਆਏ ਭੈਣ ਭਰਾਵਾਂ ਨੂੰ।

ਭਾਗ-6: ਕੁੱਝ ਹੋਰ ਵਿਸ਼ੇ

ਆਪਣਿਆਂ ਤੋਂ ਹਾਰ

ਆਪਣਿਆਂ ਨੂੰ ਖੁਸ਼ ਕਰਦਾ-ਕਰਦਾ
ਮੈਂ ਆਪਾ ਹੀ ਗਵਾ ਬੈਠਾ।

ਆਪਣੇ ਦਿਲ ਦੀਆ ਸੱਧਰਾਂ ਨੂੰ ਮੈਂ
ਪਤਾ ਨੀ ਕਿਹੜੇ ਖੂੰਜੇ ਲਾ ਬੈਠਾ।

ਬਦਲੇ ਵਿੱਚ ਨਾ ਮੈਨੂੰ ਸ਼ਾਬਾਸ਼ ਮਿਲੀ
ਤੇ ਨਾ ਹੀ ਕੋਈ ਸੌਗਾਤ ਮਿਲੀ।

ਬਸ ਉਮਰਾਂ ਦਾ ਝੋਰਾ ਮਿਲਿਆ
ਤੇ ਆਪਣਿਆਂ ਤੋਂ ਹਾਰ ਮਿਲੀ।

ਲੀਰਾਂ ਦੀ ਗੁੱਡੀ

ਅੱਜ ਕਿਉਂ ਨਾ ਹੌਂਕਾ ਭਰਿਆ
ਨਾ ਅੱਖ 'ਚੋ ਵਗਿਆ ਨੀਰ
ਜਾਲਮਾਂ ਬਾਬਲ ਦੀ ਧੀ ਮਾਰਤੀ
'ਰੱਬਾਂ' ਤੂੰ ਚੁੱਪ ਕਿਉਂ ਬੈਠਾ ਸੀ ?

ਉਹਨੇ ਤੇਰਾ ਕਿ ਵਗਾੜਿਆ
ਜੋ ਤੂੰ ਵੀ ਨਾ ਬਾਹ ਫੜੀ
ਉਹਨੂੰ ਸਬੈ ਰਿਸ਼ਤੇ ਛੱਡ ਗਏ
ਇੱਕ ਤੇਰਾ ਆਸਰਾ ਸੀ।

ਸੁਣਿਆ ਤੂੰ ਰੋਵੇ
ਲੀਰਾਂ ਦੀਆ ਗੁੱਡੀਆਂ ਵਾਸਤੇ
ਉਹ ਤਾਂ ਸੱਚੀ-ਮੁੱਚੀ ਦੀ ਸੀ
ਉਹ ਤਾਂ ਸੱਚੀ-ਮੁੱਚੀ ਦੀ ਸੀ।

ਸਾਂਝਾ ਲੰਗਰ

ਨਾ ਪੈਰਾਂ ਵਿੱਚ ਚੱਪਲ, ਤਨ ਪਾਟੇ ਕੱਪੜੇ
ਅੱਖਾਂ ਭਿੱਜੀਆਂ ਨਾਲ ਹੰਝੂਆਂ, ਬੁੱਲ੍ਹ ਸੁੱਕੇ-ਸੁੱਕੇ।

ਵਿੱਚ ਨਿਮਾਣੀ ਠੰਡ ਦੇ, ਉਹ ਠਰਦੀ ਜਾਵੇ
ਫਿਰ ਵੀ ਬੈਠੀ ਰੱਬ ਦੇ, ਉਹ ਗੁਣ ਹੀ ਗਾਵੇ।

ਕੀ ਚੰਦਰੇ ਉਸ ਰੱਬ ਨੂੰ, ਉਹਦੀ ਫਿਕਰ ਸੀ ਕੋਈ
ਭੇਜ ਦੁਨੀਆਂ ਤੇ ਯਾਦ ਸੀ, ਜਾ ਭੁੱਲ ਗਿਆ ਉਹ ਵੀ।

ਇਸ ਠੰਡ ਭੁੱਖ ਦੇ ਮੇਲ ਨੂੰ, ਉਹ ਕਿਵੇਂ ਹੰਢਾਵੇ
ਇਹੀ ਸੋਚਾਂ ਸੋਚ-ਸੋਚ, ਉਹ ਮਰਦੀ ਜਾਵੇ।

ਤੁਰਦੀ-ਤੁਰਦੀ ਚਲੀ ਗਈ, ਇੱਕ ਵੱਡੇ ਦਰ ਉੱਤੇ
ਜਿੱਥੇ ਢਿੱਠੇ ਪਕਵਾਨ ਸੀ, ਬੜੇ ਹੀ ਮਿੱਠੇ-ਮਿੱਠੇ।

ਕੰਨ ਪਿਆ ਉਹਦੇ ਮੰਗਤੇ, ਗੁਰੂ ਦਾ ਲੰਗਰ
ਲੱਗਿਆਂ ਉਹਨੂੰ ਬੋੜ ਪਿਆ, ਜੋ ਵੱਸਦਾ ਸੀ ਅੰਦਰ।

ਕਰ ਪੈਰਾਂ ਨੂੰ ਤੇਜ, ਉਹਨੇ ਜਦ ਹੱਥ ਵਧਾਇਆ
ਇੱਕ ਰੋਟੀ ਨਾਲ ਨੀ ਸਰਨਾ, ਦੇਦੋ ਬਾਲਹਾ ਸਾਰਾ।

ਇੱਕ ਡੰਡਾ ਹੱਥ ਤੇ ਵੱਜਿਆਂ ਤੇ ਨਾਲ ਦੁਰਕਾਰਾਂ
ਭੱਜ ਜਾ ਇਥੋਂ ਆਖਿਆਂ, ਨਾ ਦਿੱਸੀ ਦੁਬਾਰਾ।

ਆ ਜਾਂਦੇ ਕਿਥੋਂ ਮੰਗਤੇ, ਨਾ ਕੋਈ ਦੇਖੇ
ਲਾਊ ਡਿਊਟੀ ਕਿਸੇ ਦੀ, ਜੋ ਇਹਨਾਂ ਨੂੰ ਰੋਕੇ।

ਫਿਰ ਅਚਾਨਕ ਭਾਈ ਜੀ, ਉੱਚੀ ਫੁਰਮਾਇਆਂ
ਇੱਕ ਗੱਡੀ ਆਉਂਦੀ ਦੇਖ ਕੇ, ਉਹਨੂੰ ਜਾ ਰੁਕਾਇਆਂ।

ਘਰ ਵਾਸਤੇ ਵੀ ਦੇ ਦਿਓ, ਨਾ ਕੋਈ ਟੋਕੋ
ਇਹ ਸਾਂਝਾ ਲੰਗਰ ਵਰਤਦਾ, ਇੱਥੇ ਸਭ ਨੂੰ ਰੋਕੋ।

ਇਹ ਕੌਤਕ ਹੁੰਦਾ ਦੇਖ ਕੇ, ਉਹਨੇ ਮਾਰੀਆਂ ਧਾਹਾਂ
ਨਾ ਰੱਬ ਗ਼ਰੀਬੀ ਦੇਖਦਾ, ਦੇਖੇ ਬੱਸ ਚਿੱਟੀਆਂ ਕਾਰਾਂ।

ਇਹ ਲੰਗਰ ਨਾ ਭੁੱਖਿਆਂ ਵਾਸਤੇ, ਰੱਜੇ ਨੂੰ ਰਜਾਵੇ
ਭੁੱਖੇ ਢਿੱਡ ਦੀ ਅੱਗ ਨੂੰ, ਤਾਂ ਹੋਰ ਭੜਕਾਵੇ।

ਇਕ ਪੱਥਰ

ਮਾਂ !
ਮੈਂ ਸੁਣਿਆ ਸੀ ਦਾਦੀ ਨੂੰ
ਕਹਿੰਦੀ ਸੀ ਡੈਡੀ ਤਾਈਂ
ਜੇ ਇਸ ਵਾਰੀ ਵੀ ਪੱਥਰ ਹੋਇਆਂ
ਤਾਂ ਕਹਿ ਡਾਕਟਰ ਨੂੰ
ਪਹਿਲਾਂ ਹੀ ਜੰਮਣੋਂ ਮਾਰ ਮੁਕਾਵੀਂ
ਮੈਨੂੰ ਵੰਸ਼ ਦਾ ਦੀਪ ਚਾਹੀਦਾ
ਕਰੂਗੀ ਹੀਲਾ ਜੋ ਕਰ ਪਾਈ।

ਪਰ ਮਾਂ !
ਮੈਨੂੰ ਇਕ ਗੱਲ ਸਮਝ ਨਾ ਆਈ
ਉਹ ਵੀ ਤਾਂ ਹੈ ਧੀ ਕਿਸੇ ਦੀ
ਤੇ ਔਰਤ ਦੀ ਹੀ ਕੁੱਖੋ ਜਾਈ
ਫਿਰ ਇਕ ਔਰਤ ਹੀ ਕਾਤੋਂ
ਦੂਜੀ ਔਰਤ ਦੀ ਦੁਸ਼ਮਣ ਬਣ ਆਈ ?

ਤੇ ਇਕ ਗੱਲ ਹੋਰ !
ਕੱਲ ਘਰ ਜਦ ਤਾਈ ਸੀ ਆਈ
ਉਹਨੇ ਇਕ ਅਨੋਖੀ ਗੱਲ ਸੁਣਾਈ
ਕਹਿੰਦੀ ਕਰਨੀ ਸੀ ਕੰਜਕ ਪੂਜਾ
ਮੈਨੂੰ ਕੋਈ ਨਾ ਕੁੜੀ ਥਿਆਈ।

ਕਈ ਵਾਰੀ ਅਸੀਂ ਕੁੱਖੀਂ ਮਰੀਆਂ
ਕਈ ਵਾਰੀ ਬਲੀ ਦਾਜ ਦੀ ਚੜ੍ਹੀਆਂ
ਕਈ ਇੱਜਤ ਰੌਲੀ ਸਾਡੀ ਭਰੇ ਬਾਜ਼ਾਰਾਂ 'ਚ
ਇਥੇ ਹੀ ਫਿਰ ਬਸ ਨਾ ਹੋਈ
ਬਿਨਾਂ ਕਸੂਰੋਂ ਬੰਦ ਕੀਤਾ
ਸਾਨੂੰ ਘਰ ਦੀਆ ਚਾਰ ਦੀਵਾਰਾਂ 'ਚ।

ਦਿਲ ਦੇ ਅਸੀਂ ਅਰਮਾਨ ਛੁਪਾ ਲਏ
ਹੱਥੀਂ ਆਪਣੇ ਚਾਅ ਮਰਵਾਂ ਲਏ
ਇੱਜਤਾਂ ਦੀ ਪੰਡ ਸਿਰ ਤੇ ਰੱਖ ਕੇ
ਲੱਖਾਂ ਅਸੀਂ ਸੰਤਾਪ ਹੰਢਾਂ ਲਏ।

ਉਹੀ ਕੁੜੀ, ਤੇ ਉਹੀ ਧੀ ਹਾਂ
ਫਿਰ ਕਿਉਂ ਕੰਜਕਾਂ ਲੱਭ ਦੇ ਫਿਰਦੇ ?
ਕੰਜਕਾਂ ਨੂੰ ਮਾਰ ਮੁਕਾਵਣ ਵਾਲੇ
ਕੰਜਕਾਂ ਨੂੰ ਮਾਰ ਮੁਕਾਵਣ ਵਾਲੇ।

ਲੇਖ

ਜੇ ਲਿਖਣਾ ਹੁੰਦਾ ਲੇਖ ਮੈਂ ਕੁੜੀਆਂ ਦਾ
ਲਾ ਦਿੰਦਾ ਢੇਰ ਮੈਂ ਕਿਸਮਤ ਪੁੜੀਆਂ ਦਾ।

ਨਾ ਦੁੱਖ ਉਦਾਸੀ ਚਿਹਰੇ ਉੱਤੇ ਆਉਣ ਦਿੰਦਾ
ਧੀਆਂ ਦਾ ਦੁੱਖ ਮੈਂ ਆਪਣੀ ਝੋਲੀ ਪਾ ਲੈਂਦਾ।

ਹਰ ਰਿਸ਼ਤੇ ਵਿਚ ਉਹਦੇ ਲਈ ਵਫ਼ਾ ਲਿਖਦਾ
ਪਿਆਰ, ਮੁਹੱਬਤ, ਇੱਜਤਾਂ ਉਹਦੇ ਨਾਂ ਲਿਖਦਾ।

ਤੋੜ ਦਿੰਦਾ ਜੰਜੀਰ ਮੈਂ ਉਹਦੇ ਪੈਰਾਂ ਦੀ
ਵਿਚ ਅਸਮਾਨੀ ਉੱਚੀਆਂ ਪੀਘਾਂ ਪਾਉਣ ਦਿੰਦਾ।

ਨਾ ਖੁਸ਼ੀਆਂ ਮਾਰਨ ਦਿੰਦਾ ਫੋਕੀਆਂ ਇੱਜਤਾਂ ਲਈ
ਮੈਂ ਦਿਲ ਉਹਦੇ ਦੀ ਹਰ ਇੱਕ ਰੀਝ ਪੁਗਾਉਣ ਦਿੰਦਾ।

ਤਸਵੀਰਾਂ ਬੋਲਦੀਆਂ ਨੇ

ਤਸਵੀਰਾਂ ਬੋਲਦੀਆਂ ਨੇ
ਇਹਨਾਂ ਨੂੰ ਸੁਣਨਾ ਸਿੱਖੇ
ਇਹਨਾਂ ਵਿਚਲੇ ਵਿਛੜਿਆਂ
ਸੱਜਣਾ ਨੂੰ ਮਿਲਣਾ ਸਿੱਖੇ।

ਸਿੱਖੇ ਫੋਟੇ ਵਾਂਗ ਮੁਸਕਰਾਉਣਾ
ਦਿਲ ਦਾ ਦਰਦ ਛੁਪਾਉਣਾ
ਸਿੱਖੇ ਵਾਂਗ ਫੋਟੋਆਂ ਇੱਕਠੇ ਹੋਣਾ
ਤੇ ਇੱਕ ਦੂਜੇ ਦਾ ਸਾਥ ਨਿਬਾਉਣਾ।

ਠੰਡਾ ਬੁਰਜ

ਠੰਡੇ ਬੁਰਜ ਗਿਆ ਮੈਂ ਜਦ ਸੀ
ਮੈਨੂੰ ਲਾਹਨਤ ਮੇਰੇ ਅੰਦਰ ਨੇ ਪਾਈ।

ਕਿਵੇਂ ਭੁੱਲ ਗਿਆ ਉਪਕਾਰ ਗੁਰਾਂ ਦੇ
ਜਿਨ੍ਹਾਂ ਔਲਾਦ ਕੌਮ ਦੇ ਲੇਖੇ ਲਾਈ।

ਫਿਰਾਂ ਮਨਾਉਂਦਾ ਮੈਂ ਕ੍ਰਿਸਮਸ-ਨਿਊ ਈਯਰ
ਕਿਉਂ ਸ਼ਹਾਦਤ ਬੱਚਿਆਂ ਦੀ ਮਨੋ ਭੁਲਾਈ।

www.ingramcontent.com/pod-product-compliance
Lightning Source LLC
Chambersburg PA
CBHW030001110526
44587CB00012BA/1212
* 9 7 8 1 7 3 8 3 2 7 4 0 9 *